AF765827

HOW TO SPEAK TAGALOG

THE USE OF PREFIXES

in sentences and questions

TABLE OF CONTENTS

OVERVIEW

This book, How to Speak Tagalog: The Use of Prefixes Made Easy in Sentences and Questions, was created to simplify this complex topic. Through clear explanations, examples, and practical exercises, readers will learn how prefixes change meaning, function, and tense in everyday communication. Whether you're a beginner or someone improving fluency, this guide will help you confidently build and understand Tagalog sentences the right way. This book aims to help you understand Tagalog prefixes in a logical way. In the beginning part, you will be given an to the Tagalog parts of speech for your reference when identifying the types of words you will encounter as you study.

PARTS OF SPEECH

Understanding the parts of speech is key to learning Tagalog.

Knowing how each word type works helps learners build sentences correctly, use prefixes properly, and communicate clearly. Mastering these basics makes Tagalog grammar easier to understand and use in everyday conversation.

Moreover, when you have the knowledge how each word type works in the sentence, you will understand the idea of the sentence by decoding each word according to its function. Lastly, it is good to remember that English words are common in Tagalog sentences, and we simply use the word as it is without conjugating it.

The Different Parts of Speech

English Translation	Tagalog Translation
A. Adjective	Pang-uri
B. Verb	Pandiwa
C. Noun	Pangngalan
D. Adverb	Pang-abay
E. Pronoun	Panghalip
F. Prepositiom	Pang-ukol
G. Conjunction	Pangatnig
H. Ligature	Pang-angkop

See Also:

An Ebook further discussing the different Filipino Parts of Speech and Grammar is available on our website. Grab a copy today!

Adjectives- are the words that describe nouns.

Different adjectives are used for different purposes. Some adjectives can only describe people, others can only describe time, place, things or ideas. It is good to know what adjectives you can use for different situations.

Adjectives for describing people

- Maganda → Beautiful
- Gwapo → Handsome
- Mabait → Kind
- Masipag → Hardworking
- Mapagmahal → Loving
- Masayahin → Happy
- Maalaga → Caring
- Matiyaga → Patient
- Matapang → Brave
- Malakas ang loob → Courageous

Filipino	**English**
Maganda	Beautiful
Gwapo	Handsome
Mabait	Kind
Masipag	Hardworking
Mapagmahal	Loving
Masayahin	Happy
Maalaga	Caring
Matiyaga	Patient
Matapang	Brave
Malakas ang loob	Courageous

Adjectives for Describing Things

- Mabigat na lamesa → Heavy table
- Makulay na payong → Colorful umbrella
- Malamig na tubig → Cold water
- Mamahaling alahas → Expensive jewelry
- Basang damit → Wet clothes
- Tuyong balat → Dry skin
- Malaking bahay → Big house
- Maanghang na pagkain → Spicy food
- Puting manika → White doll
- Masarap na adobo → Delicious adobo

Adjectives for Describing Time

- Maaga → Early
- Mabagal → Slow
- Araw-araw → Daily
- Anumang oras → Anytime
- Kamakailan lang → Lately
- Bukas →Tomorrow
- Ngayon → Now, Right now
- Mamaya → In a while
- Walang hanggan → Endless
- Pagkatapos → After

Adjectives for Describing Places

- Maganda → Beautiful
- Malayo → Distant
- Malawak → Spacious
- Masikip → Constricted
- Mabundok→ Hilly
- Maaliwalas → Comfortable
- Matanda/Luma → Ancient
- Makitid → Slim
- Payapa → Tranquil
- Maliit → Petite

Adjectives for Describing Ideas

- Kumplikado → Complicated
- Magulo → Confusing
- Maayos → Fine
- Kumpleto → Complete
- Kahanga-hanga → Amazing
- Mahusay → Great
- Maling ideya → Mistaken Idea
- Tumpak → Precise
- Simple → Simple
- Malikhain → Creative

Example Sentences

- Matagal ang delivery ng food. → *The food delivery takes time.*
- Mainit sa labas. → It is hot outside.
- Magulo ang idea mo. → Your idea is confusing.
- Malayo ang Boracay. → Boracay is far.
- Mabait ang parents mo. → Your parents are kind.

Exercise: Translate the following English sentences into Tagalog language. Use the proper adjectives.

- The plan is complicated.

  ____

- The food was delicious.

  ____

- The table is heavy.

  ____

- The sky is blue.

  ______________________________.

- The water in the sea are cold.

  ____

- The song is beautiful.

  ____

- The boy is smart.

  ____

- This place is amazing.

  ____

- Mangoes are sour.

  ____

- Karl is tall.

  ____

Verb - are words that show action.

UM verbs are actor-focus verb that are formed, which is placed within the verb to construct the past, present, and infinitive of the verb.

- Umiinom → Drinking
- Kumakain → Eating
- Sumasayaw → Dancing
- Umiiyak → Crying
- Bumibili → Buying
- Tumatawid → Crossing
- Tumatalon → Jumping
- Kumakanta → Singing
- Sumusulat → Writing

Example Sentences

- Siya ay umiinom ng gatas. → She is drinking milk.
- Siya ay kumain ng gulay. → He is eating vegetables.
- Ang bata ay sumsayaw. → The child is dancing.
- Umiiyak ang bata. → The child is crying.
- Siya ay bumibili ng prutas. → He is buying a fruit.

Exercise: Translate the following English sentences into Tagalog language. Use the proper adjectives.

- She is writing a letter.

  ____

- The boy is jumping.

  ____

- The girl is riding a bike.

  ____

- She is singing a lullaby.

  ____

- She is watching a television.

  ____

Verbs for describing places IN verbs

Kinain → eat
Pinupuntahan → Being visited
Binibisita → Being visited
Pinauupahan → Being rented
Niluluto → Being cooked
Kinukuha → Being taken
Binibigyan → Being given

Example Sentences

- Kinain niya ang mansanas. → He eats the apple.
- Pinupuntahan nila ang Manila zoo. →They being visited the Manila zoo.
- Niluluto pa ang ulam. → The dish is being cooked.
- Binibigyan siya ng regalo. → She is being given a gift.
- Kinukuha ang upuan. → The chair is being taken.

Exercise: Translate the following English sentences into Tagalog language. Use the proper adjectives.

- The pictures is being colored.

  ____

- The dress is being changed.

  ____

- The paper is being burned.(sinunog)

  ____

- The question is being answered.

  ____

- The ice cream is being eaten.

  ____

Verbs for describing time

Gumagalaw → moving
Lumilipas → passing
Bumabagal → slowing down
Tumatakbo → running out
Sinasayang → wasting

Example Sentences:

Gumagalaw ang dahon. → The leaf is moving.
Ang panahon ay lumilipas. → Time is passing.
Bumabagal ang oras. → Time is slowing down.
Ang bata ay tumatakbo. → The child is running.
Sinasayang niya ang pagkain. → She is wasting the food.

Exercise: Translate the following English sentences into Tagalog language. Use the proper adjectives.

- He is following the order..

  ____

- She is coming now.

  ____

- She is wearing a uniform today.

  ____

- His letter is speeding up.

  ____

- The food is serving now.

  ____

Verbs for describing ideas

- Iniisip → Being thought
- Kinukumpara → Being compared
- Ginagaya → Being copied
- Binubuo → Being constructed
- Tinututukan → Being focused
- Pinag-uusapan → Being discussed

Example Sentences

- Iniisip niya ang resulta. → He is thinking of the result.
- Kinukumpara ang gawa sa iba. → The work is being compared to others.
- Ang konsepto ay ginagaya. → The concept is being copied.
- Binubuo ng grupo ang konsepto ng kanilang proyekto. → The group construct a concept for their project.
- Pinag-uusapan ang paksa. → The topic is being discussed.

Nouns- is a word used for a person, place, thing, animal, event or abstract idea.

Categories on Nouns	Halimbawa ng Pangngalan	Examples of Nouns
1. Ngalan ng tao (name of person)	Guro, bata, mag-aaral, doktor, abogado	Teacher, child, student, doctor, lawyer
2.Ngalan ng bagay (name of things)	upuan, lamesa, lapis, payong	chair, table, pencil, umbrella
3.Ngalan ng hayop (name of animals)	aso, pusa, ibon, ahas, kalabaw	dog, cat, bird, snake,carabao
4.Ngalan ng pangyayari (name of event)	kaarawan, pasko, anibersaryo, pagtatapos	Birthday, Christmas, Anniversary, Graduation

5.Ngalan ng lugar o pook (name of places)	kagubatan, paaralan. simbahan, palengke	forest, school, church, market

Example Sentences:

- Ang guro ay mabait. → The teacher is kind.
- Ang [illegible] ay mataba. → The dog is fat.
- Ngayon ang [illegible] niya. → Today is her birthday.
- Mahilig siya magbasa [illegible]. → She likes reading books.
- Papasok na siya sa [illegible].→ She will go to school.

Exercise: Translate the following English sentences into Tagalog language. Use the proper adjectives.

- Ricky buys a new car.

  ____

- Dr. Santos is now ready.

  ____

- I likes apples.

  ____

- The Quiapo church is big.

  ____

- When is your birthday?

  ____

Adverb - adverb is word that describes a verb, adjective or another adverb.

Categories	Halimbawa ng pang-abay	Examples of Adverb
1.Pamanahon (Time)	mamaya, bukas, kanina, araw, buwan	later, tomorrow, a while ago, month
2.Panlunana (Place)	paaralan, palengke, kusina, ilalim ng puno	school, market, kitchen, under the tree
3.Pamaraan (Manner)	mabagal, malakas, mabilis, mahina	slow, strong, fast, weak
4.Pang-agam (Doubt)	marahil, siguro,,tila	perhaps, maybe, apparently
5.Pananggi (Disagreement)	hindi, ayaw, huwag	no, not never, don't

7.Panggan o o Panukat (Number or Measure)	dalawang litro , limang metro kaunti, marami	two liters, five meters little, a lot
8.Panulad (Adverb of Comparison)	mas, kaysa	more, than

- litro
- panahon
- hapon
- na masarap
- malaki
- na tugtog
- pasko

Example Sentences

Mabilis magsulat ang bata. → The child writes quickly.

Mamayang gabi ako pupunta sa school. → I'll go to school this evening.

Tuwing Pasko ay buo ang pamilya. → Every Christmas, the family is complete.

Mas malaki ang kinita ko. → I earned more.

Mabagal kumilos ang babae. → The woman moves slowly.

Exercise: Translate the following English sentences into Tagalog langauge. Use the proper adverb + adjective, noun or verb.

- She soundly sleeps at night.

  ____

- The worker earns hardly enough money.

  ____

- She always eat chocolates.

  ____

- Tomorrow is the group presentation.

  ____

- The teacher speak loudly.

  ____

Pronoun - is a word that replaces a noun

Categories	Examples
1.Panghalip Panao (Personal Pronoun)	Ako, ikaw, Tayo, Sila, Kami
2.Panghalip Pamatlig (Demonstrative Pronoun)	Ito, Iyan, Ganito, Iyon, Doon
3.Interrogative Pronoun (Panghalip na Pananong)	Sino, Alin, Kanino, Sinu-sino
4.Panghalip Pamaklaw (Indefinite Pronoun)	lahat, sinuman, alinman
5. Panghalip na Pamanggit (Relative Pronoun)	na, ng

Example Sentences

1.Kami ay magkakasama sa pagsimba. → We are all together to church.
2.Ito ang paborito kong damit. → This is my favorite dress.
3.Sino kaya ang unang dumating? → Who will come first?
4.Lahat ay kabilang sa pagsayaw. → Everyone beolngs to the dance.
5.Matamis na mangoes ang binili niya. → He bought sweet mangoes.

Exercise: Translate the following English sentences into Tagalog langauge. Use the proper adjectives.

- You are my friend.

  ____

- The cat is mine.

  ____

- It is the most delicious food.

  ____

- All are invited.

  ____

- Which do you prefer ?

  ____

Preposition- is a word that links nouns, pronouns or phrases to other words in the sentence.

Pang-ukol	Preposition in English Translation
alinsunod kay	in accordance with
tungkol, tungkol kay/ ukol, ukol kay	about
ayon kay	according to
hinggil kay/ sa	regarding, with regard to

Halimbawa ng Pang-ukol

1. Ang gantimpalang pera ay ukol kay Juan. → The prize money belongs to Juan.

2. Para kay Pedro ang snack na ito. → This snack is for Pedro.

3. Hinggil kay Mark ang kanilang problema. → The problem is about Mark.

4. Ang kaniyang nilutong lechong manok ay para sa lahat. → His cooked lechon manok is for everyone.

5. Ayon sa mga doktor, kailangan na uminom palagi ng Vitamin C. → According to doctors, you must always drink Vitamin C.

Exercises: Translate the following into Tagalog language.

1.The first topic is about Child Protection.

____

2.The new dress is for Alice.

____

3.According to the news report, classes are suspended.

____

4.The punishment you received with regards to your violation.

____

5.The announcement is accordance with the news report.

____

Conjunctions - are used to join words or clauses together.

Pangatnig	Conjunction in English Translation
at	and
o	or
ngunit	but
kaya	so

Example Sentences

1. Matamis o maasim ang orange. → Orange is sweet **or** sour.
2. Siya ay maganda at matalino. → She is beautiful **and** intelligent.
3. Maglalaro sana ako, ngunit tinawag ako ni nanay. → I was going to play **but** mom called me.
4. Bibigyan kita ng regalo kung magiging mabait ka. → I'll give you present **if** you'll be nice.
5. May exam bukas kaya mag-aaral ako ng lessons. → There is an exam tomorrow, **so** I will study my lessons.

Exercise: Translate the following English sentences into Tagalog language.

- I love fish and vegetables.

  ____

- Which is better, the red or the blue?

  ____

- Jonah and Jane are twins. Both of them are smart..

  ____

- Let me know if you like this.

  ____

- It's nice but you need to add more salt.

  ____

Ligature - connects two words to make them sound more beautiful and easy to pronounce.

Pang-angkop na NA is used when the first word ends with a consonant.

Examples:

1.masarap na inumin → delicious food
2.mainit na panahon → summer weather
3.mabait na bata → kind child
4.mabilis na kotse → fast car
5.maliit na pusa → small cat

Pang-angkop na NG is used when the first word ends with a vowel.

Examples:

1.magandang babae → beautiful girl
2.matalinong bata → smart child
3.pulang rosas → red roses
4.gintong singsing → gold ring
5.sariwang gulay → fresh vegetables

Pang-angkop na G is used when the first word ends with the letter n.

Examples:

1. Limandaang piso → Five hundred pesos
2. mamahaling bag → expensive bag
3. dalwang pulis → two police officers
4. karaniwang tao → ordinary people
5. mayamang tao → rich person

Exercise: Translate the following English sentences into Tagalog language.

1. Shiela is a beautiful girl in her school.

____

2.The old lady bought a fruits from the market.

____

3.She likes to wear white dress on Sunday.

____

4.Two hundred pesos is for one kilo of pork meat.

____

5.Mary wear a gold necklace in the party.

____

LESSON 1

BA IN SENTENCES AND QUESTIONS

FORMING SIMPLE TAGALOG SENTENCES AND QUESTIONS STARTING WITH NOUN, PRONOUN, ADJECTIVE AND VERBS

In a communication it is good that we express our sentences or our questions in a complete thought or idea that the listener or the one you are communicating with can understand what you want to express. We must know to express our sentences and questions in a proper way. The way what responses we are expecting.

Rule:

To change a statement in the subject-predicate word into a question, place the Tagalog **"ba"** immediately after the the subject and before the word "ay".

"BA" in Sentences and Questions

A: BA in a Pronoun focused sentence.

TAGALOG SENTENCES	TAGALOG QUESTIONS
Spoken: Estudyante sya. Written: Siya ay estudyante	Estudyante ba siya? Siya ba ay estudyante?

B. BA in a Noun focused sentence.

TAGALOG SENTENCES	TAGALOG QUESTIONS
Spoken: Estudyante ang bata.	Estudyante ba ang bata?
Written: Ang bata ay estudyante.	Ang bata ba ay estudyante?

C. BA in Adjective focused sentence.

TAGALOG SENTENCES	TAGALOG QUESTIONS
Spoken: Gutom ang bata.	Gutom ba ang bata?
Written: Ang bata ay gutom.	Ang bata ba ay gutom?

D. BA in a Verb focused sentence.

TAGALOG SENTENCES	TAGALOG QUESTIONS
Spoken: Naliligo ang bata. Written: Ang bata ay naliligo.	Naliligo ba ang bata? Ang bata ba ay naliligo?

Activities

Activity 1 : Turn the following sentences into a question. You can use the English equivalent of the nouns, pronouns, verbs or adjectives. The important thing is for you to remember how the sentences are written.

A. BA in a pronoun focused sentence.

TAGALOG SENTENCES	TAGALOG QUESTIONS
1. Ako ay Pilipino.	Spoken: Written:
2.Siya ay lalaki.	Spoken: Written:
3.Ikaw ay guro.	Spoken: Written:
4.Sila ay mga Engineers.	Spoken: Written:
5.Tayo ay mga kaibigan.	Spoken: Written:

TAGALOG SENTENCES	TAGALOG QUESTIONS
6.Kami ay mga bank tellers.	Spoken: Written:
7.Ito ay langgam.	Spoken: Written:
8.Ito ay makakain.	Spoken: Written:
9.Ang mga ito ay mabenta.	Spoken: Written:
10.Siya ay leader.	Spoken: Written:

B. BA in a noun focused sentence.

TAGALOG SENTENCES	TAGALOG QUESTIONS
1.Doktor ang lalaki.	Spoken: Written:
2.Pusa ang nasa ilalim.	Spoken: Written:

TAGALOG SENTENCES	TAGALOG QUESTIONS
3.Manika ang laruan ng bata.	Spoken: Written:
4.Tindera ang babae.	Spoken: Written:
5. Singer ang babae.	Spoken: Written:
6.Pintor ang lalaki.	Spoken: Written:
7.Giordano ang damit ng lalaki.	Spoken: Written:
8.Mansanas ang nasa mesa.	Spoken: Written:
9.Mark ang pangalan ng bata.	Spoken: Written:
10.Guro ba ang babae.	Spoken: Written:

C. BA in adjective focused sentence

TAGALOG SENTENCES	TAGALOG QUESTIONS
1.Matalino ang bata.	Spoken: Written:
2.Masaya ang bata.	Spoken: Written:
3.Mabango ang bulaklak.	Spoken: Written:
4.Masarap ang adobo.	Spoken: Written:
5.Mahaba ang tali.	Spoken: Written:
6.Mataba ang aso.	Spoken: Written:
7.Mainit ang panahon.	Spoken: Written:
8.Matamis ang mangga.	Spoken: Written:

TAGALOG SENTENCES	TAGALOG QUESTIONS
9.Sariwa ang isda.	Spoken: Written:
10.Mataas ang puno.	Spoken: Written:

D. BA in verb focused sentence

TAGALOG SENTENCES	TAGALOG QUESTIONS
1.Naglalaro ang bata.	Spoken: Written:
2.Kumakanta si Maya.	Spoken: Written:
3.Tumakbo ang bata.	Spoken: Written:
4.Nagsusulat ang estudyante.	Spoken: Written:

TAGALOG SENTENCES	TAGALOG QUESTIONS
5.Sumayaw ang mga mag-aaral.	Spoken: Written:
6.Nagluto ng pancit ang nanay.	Spoken: Written:
7.Lumakad ng mabilis ang lalaki.	Spoken: Written:
8.Naghugas ng kamay ang bata.	Spoken: Written:
9.Nagpinta ang lalaki.	Spoken: Written:
10.Kumain ng mansanas si Alma.	Spoken: Written:

LESSON 2

THE PREFIX MA

LESSON: THE PREFIX “MA”

The prefix MA is very common to see in many Tagalog sentences and words.
MA is a prefix word used in some verbs or nouns to create or form adjective or adverb.

MA + noun/rootword = adjective/adverb

Ma + noun	Tagalog	English
ma + lakas	malakas	strong
ma + ganda	maganda	beautiful
ma+ kulay	makulay	colorful

”MA” in Tagalog Sentences

Study how the prefix “MA” used in a Tagalog sentences.

LESSON: THE PREFIX "MA"

The prefix MA is very common to see in many Tagalog sentences and words.
MA is a prefix word used in some verbs or nouns to create or form adjective or adverb.

MA + verb/rootword = adjective/adverb

Ma + verb	Tagalog	English
ma + linis	malinis	clean
ma + kain	makain	eatable
ma+ sulat	masulat	writable

"MA" in Tagalog Sentences

Note the difference between the MA+Verb or Noun.
See also: The NA/MA verbs in the past, present and future tenses book.

TAGALOG	ENGLISH
Si Ana ay .	Ana is beautiful.
ang bata.	The boy is strong.
ang christmas tree.	The christmas tree is colorful.

"MA" + Verb in Tagalog

TAGALOG	ENGLISH
Ang apple ay makain.	The apple is eatable.
Malinis ang room mo.	Your room is clean.
Matulog ko.	I will sleep.

Note:

- Matulog is an intentional action-something must be done.
- Makain and malinis describes a static object or idea.
- You can use Ma+Verb when you command someone to do somethig.- Matulog ka!,- focuses on the action.
- It is similar to the UM verb- that focuses on the doer.

"MA" in Tagalog Questions.

Study the following sentence and questions with the prefix **"MA"**.

Sentence	English	Question
Si Ana ay [illegible].	Ana is beautiful.	[illegible] ba si Ana? Si Ana ba ay [illegible]?
[illegible] ang bata.	The boy is strong.	[illegible] ba ang bata? Ang bata ba ay [illegible]
[illegible] ang christmas tree.	The christmas tree is colorful.	Makulay ba ang christmas tree? Ang christmas tree ba ay [illegible]

Activities

Activity 1: Make a short Tagalog statement and questions with the prefix **MA**. Use the following translation as your guide.

Tagalog- English Translation	Tagalog Statement/ Questions
MAdumi- dirty	1.
MAtaas- hign	2.
MAsipag- hard working.	3.
MAgalang -polite	4.
MAingay - noisy	5.
MAsaya - happy	6.
MAbait - kind	7.
MAlinis - clean	8.
MAhina - weak	9.

Tagalog- English Translation	Tagalog Statement/ Questions
MAliit - small	10.

Activity 2: Find the words that begin with a prefix **ma** from the given paragraph. Underline each words begin with prefix **ma.**

Ang babaeng nakadungaw sa bintana

Sa probinsya ng Silabay, may isang baryo kung saan halos lahat ng nakatira doon ay mga masasayahing tao – maliban sa isang babaeng palaging nakadungaw sa malaking bintana. Ang babaeng ito ay walang iba kundi si Teodora, 38 taong gulang at dating tindera sa maliit na palengke sa baryo. Alam na alam ng lahat ng nakatira sa baryo ang kuwento ni Teodora.

Isang masayahing dalagita si Teodora noon. Kilalang-kilala ang pamilya nia. Nag-iisang anak siya ng mag-asawang sina Mang Isko at Aling Pilar na kapwa tindero rin sa palengke.

Simple lang kanilang pamumuhay ngunit masaya sila.

Hindi masyadong malaki ang bahay nina Teodora pero masasabing komportable naman sila rito. Pinaka-paboritong parte niya ang bahay nila ang lugar na may malaking bintana. Marami siyang masayang alaala doon. Sa malaking bintanang iyon nakita ni Teodorang haranahin ng ama niya ang kaniyang ina sa kaarawan nito. Doon rin sila parating nakadungaw habang tinitignan ang buwan at mga bituin sa gabi. Paborito niyang gawin iyon.

LESSON 3

THE PREFIX NA

LESSON: THE PREFIX "NA"

NA is used as a prefix to indicate that an action is unintentional. It is in the past tense and tells the process or actions that are result focus. It can be added to some verbs and nouns.

"NA" in Tagalog Sentences

TAGALOG SENTENCES	ENGLISH
Nakain ko ang cheese.	I ate the cheese.
Nakita mo ang bata.	You saw the child.
Nabili nya ang gift.	She bought the gift.

"NA" in Tagalog Questions

SENTENCES	QUESTIONS
nya ang regalo.	• ba nya ang regalo? • Ang regalo ba nya?

Activities

Activity 1: Translate the following into Tagalog statement.

TAGALOG	ENGLISH
	I wrote the letter.
	I broke the glass.
	I got wet.
	I bought this dress last week.
	I fell down from the stair.

See also: The NA/MA verbs in the past, present and future tenses book.

Activity 2: Find and encircle the Tagalog words that begins with the prefix "na".

Nang minsang may mag-asawang naglalakad sa kagubatan, nakita nila ang isang malaking puno na may mabuting sanga. Sinubukan nilang akyatin ang puno at nakapag-abot sila sa sanga. Ngunit bigla silang natumba at nahulog sa lupa. Pagkagising nila, nakita nilang may nakalagay na maliit na gusali sa kanilang harapan.

Nagulat sila ng makita nilang may nakatira pala sa gusali. Nang tanungin nila ang nakatira kung paano nila ito nakita, sinabi nito na kung hindi daw sa pagkakataon na nahulog sila sa puno, hindi nila ito makikita. Mula noon, lagi na nilang sinasabihan ang mga kaibigan nila na mag-ingat sa paglalakad, baka may mga puno na may sanga rin na mabuti.

LESSON 4

THE PREFIX NAKA

LESSON: THE PREFIX "NAKA"

In Tagalog common usage, the prefix naka- often shows ability, opportunity, or completed action – usually something accidentally, successfully, or momentarily done.

NAKA + root word (noun or verb)

"NAKA" +Verb in Tagalog Sentences

TAGALOG SENTENCES	ENGLISH
[illegible] si Ana	Ana fell asleep.
[illegible] ng baso si Mario	Mario broke a glass.
[illegible] siya ng cellphone.	He bought a cellphone.

"NAKA" + Nouns

Examples:

- Nakapantalon → wearing pants
- Nakakuwintas → wearing a neclace
- Nakabestida → wearing dress
- Nakahikaw → wearing an earings
- Nakaputi → wearing white
- Nakapula → wearing red

"NAKA" in Tagalog Questions

Sentence	Questions
Nakabili siya ng cellphone.	• Nakabili ba siya ng cellphone? • Siya ba ay nakabili ng cellphone?
Nakatulog si Ana.	• Nakatulog ba si Ana. • Si Ana ba ay nakatulog?
Nakabasag ng baso si Mario.	• Si Mario ba ay nakabasag ng baso? • Nakabasag ba ng baso si Mario?

Sentence	Questions
[illegible] si Allan.	• [illegible] ba si Allan? • Si Allan ba ay [illegible]?
[illegible] ang mga dancers.	• [illegible] ba ang mga dancers? • Ang mga dancers ba ay [illegible]?
[illegible] na pearl si Maria.	• [illegible] ba na pearl si Maria? • Si Maria ba ay [illegible] ng pearl?

naka- → "was able to do something" (focus on the doer's success or ability)

na- → "something has been done" (focus on the result or object of the action)

Activities

Activity 1: Find the word that begins with prefix **naka.** Encircle it inside each sentences.

1.Ang mag-anak ay nakakain sa malaking restaurant.
2.Dahil sa pagtitipid, siya ay nakaipon ng malaking pera.
3.Nakabukas ang store ni Martha.
4.Nkalagay sa papel ang bibilhin mo sa grocery.
5.Ang bata ay nakasuot ng dress.
6.Mabilis na nakatakbo sa finish line si Art.
7.Napatalon siya ng malamang nakapasa sa examination.
8.Nakatunog ang bata na aalis ang nanay.
9.Nakabihis na ng pangsimba si May.
10.Maayos at mabilis na nakalinis ng bahay si Amanda.

Write down the meaning of 1-2 the sentences above.

____
____
____
____
____
____
____

Activity 2: Form two Tagalog sentence with prefix naka using the given pictures in the box.

Picture	Tagalog Sentence
	1. 2.
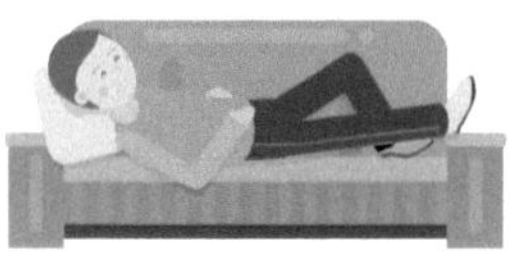	1. 2.
	1. 2.
	1. 2.
	1. 2.

Describe each person

LESSON 5

THE PREFIX NAGKA

LESSON: THE PREFIX "NAGKA"

Prefix for completed aspects of verbs with actor focus and causative mood: to have occurred involuntarily or unexpectedly.

NAGKA + root word

Nagka + root word	Tagalog	English
nagka + sundo	nagkasundo	agreed
nagka + salubong	nagkasalubong	met
nagka + mali	nagkamali	make a mistake

"NAGKA" in Tagalog Sentences

Study how the prefix "NAGKA" used in a Tagalog sentences.

TAGALOG	ENGLISH
Sila ay na sabay aalis.	They agreed to leave together.
sila sa daan.	They met on the road.
Siya ay .	He made a mistake.

“NAGKA” in Tagalog Questions.

Study the following sentence and questions with the prefix **“NAGKA”**.

Sentence	English	Question
Siya ay .	He made a mistake.	ba siya? Siya ba ay ?
sila sa daan.	They met on the road.	ba sila sa daan? Sila ba ay sa daan?

Sentence	English	Question
Sila ay nagkasundo na sabay aalis.	They agreed to leave togethe r.	Nagkasundo ba sila na sabay aalis? Sila ba ay nagkasundo na sabay aalis?

Note:

na- → result of an action (focus on what happened)
naka- → actor experienced or managed to do something
nagka- → an event occurred, often mutual or involving change

Activities

Activity 1: Underline the the words that begin with the prefix nagka and define it in your own words.

1.Nagkabahay siya dahil sa pagsisikap. ____________

2.Ang magkapatid ay nagkasama sa pgpunta sa mall.

____

3.Mabilis na nagkaunawaan ang dalawa. ____________

4.Nagkaroon siya ng dalawang anak. ____________

5.Nadapa ang bata kaya siya nagkasugat.____________

6.Nagkaaway sila sa maliit na isyu lamang.___________________

7.Nagkapalit ng bag ang magkaklase. ____________

8.Ang knyang hiling ay nagkatotoo.____________

9.Tunay na nagkabisa ang pangagamot sa kanya.________________

10.Nagkabigayan ng bigas sa barangay.____________

Activity 2: Form a Tagalog questions with the following words that begin with prefix nagka.

Tagalog - English	Tagalog Questions
1.nagkapera- made money	
2.nagkasama- together	
3.nagkasayahan-had fun	
4.nagkaroon- there was	
5.nagkatuluyan- stayed together	
6.nagkatotoo-it came true	
7.nagkaiyikan- crying	
8.nagkatulungan- collaborated	
9.nagkainisan- disgusted	
10.nagkaalaman- informed	

LESSON 6

THE PREFIX NAGKAKA

LESSON: THE PREFIX "NAGKAKA"

NAGKAKA is the prefix for progressive aspect of verbs with actor focus if it is added with a noun and a process if added with a verb.

<u>Nagkaka + root word/ verb</u>

Example: nagkaka + kotse = nagkakakotse (getting a car)

"NAGKAKA" + Verb or Noun in Tagalog Sentences

TAGALOG SENTENCES	ENGLISH
Nagkakotse agad si Mang David.	Mang David immediately got a car.
Nagkakaubusan ng isda sa palengke.	The market is running out of fish.
Nagkakasayahan ang magkakaibigan.	Friends are having fun.

"NAGKAKA" in Tagalog Questions

Sentences	Questios
[illegible] agad si Mang David.	• [illegible] ba agad si David? • Si David ba ay [illegible] agad?
Nagkakaubusan ng isda sa palengke.	• [illegible] ba ng isda sa palengke? • Sa palengke ba [illegible] ng isda?
[illegible] ang magkakaibigan.	• [illegible] ba ang magkakaibigan? • Ang magkakaibigan ba ay [illegible].

- na- → already done (result)
- naka- → was able to do (ability)
- nagka- → happened (completed event)
- nagkaka- → happening (ongoing event)

Activities

Activity 1: Form a Tagalog questions from the given Tagalog sentences:

Tagalog Sentences	Tagalog Questions
1.Nagkakasayawan sa birthday party.	
2.Ang magkakapatid ay nagkakasamaan din ng loob.	
3.Nagkakaasaran ang magkaklase.	
4.Dahil sa pagod, nagkakasakit ka na.	
5.Nagkakaroon na ng tubig sa gripo.	
6.Nagkakapalitan sila ng upuan sa klase.	

Tagalog Sentences	Tagalog Questions
9.Nagkakasalubong sa daan ang magpinsan.	
10.Nagkakatulakan sa pila ang mga tao.	

Activity 2: Find the words that begin with a prefix nagkaka from the paragraph and list down each words and their English meanings.

1.	6.
2.	7.
3.	8.
4.	9.
5.	10.

Isang araw may grupo ng magkakaibigan ang nagplanong mamasyal sa kakahuyan. Sila ya nagkakasundo sa daan na kanilang patutunguhan. Habang naglalakad ay nagkakabiruan sina Boyet at Nato tungkol sa maliit na pagkakamali ni Leo. Dahil sa inis, hindi na napigil ni Leo ang magsalita, agad niyang sinabi na, " bakit lahat naman tayo ay nagkakamali", na may tono sa kanyang pagsambit. Pumagitna si Andy sa tatlo at sinabi na " tama na yan", andito tayo dahil para mamasyal at iyan ay ating napag-usapan, kaya ituloy na natin ang paglalakad.

Nang marating ng apat na magkakaibigan ang bahagi ng kakahuyan na nais nilang puntahan. Silang apat ay namangha sa ganda nito. Nagkakatinginan pa sina Boyet at Leo na parehong sang-ayon sa magandang tanawing nakita nila. Agad silang humanap ng puwesto na paglalagyan ng gamit. Nagkakaturuan pa kung sino ang maghahanda ng pagkain. Kaya tumayo si Leo at sinabi n siya na ang maghahanda ng pagkain. Lumapit sina Boyet at Nato kay Leo at humingi ng paumanhin sa pagbibiro nila kay Leo.

Natuwa si Andy nang makita na nagkakamayan na ang tatlo na tanda na sila ay nagkakaintindihan na. Pagkatapos kumain, ay nagkakakuwentuhan na ang magkakaibigan. Nagkakatawanan sila sa bawat kuwento. Mula noon ay lagi na nilang ginagawa ang pamamasyal na kung saan ay nagkakaroon sila ng oras na nagkakasama sa paglalaro at maging sa kuwentuhan.

Prefix	Focus / Aspect	Meaning	Example	English
na-	Process / Completed	Something **has happened** or **is done**	*Nasira ang laruan.*	The toy was broken.
naka-	Actor / Ability	Someone **was able to do** or **accidentally did** something	*Nakarating ako sa bahay.*	I was able to reach home.
nagka-	Event / Completed	Something **happened** or **occurred** (often mutual or accidental)	*Nagkita kami kahapon.*	We met yesterday.
nagkaka-	Event / Ongoing	Something **is happening** or **keeps happening**	*Nagkikita kami araw-araw.*	We see each other every day.

LESSON 7

THE PREFIX MAG

LESSON: THE PREFIX "MAG"

Some of the most-used verbs in Filipino are the MAG verbs. The prefix MAG at the beginning help indicates the tense of the verb. It is used to form the future tense, as well as the basic imperative form of the verbs.

MAG + root verb

Root verb (English)	Englis h	MAG + root verb (imperativ e)	Mag + root verb (future tense)
luto	cook	**MAG**luto	MAGluluto (will cook)
linis	clean	**MAG**linis	MAGlilinis (will clean)

"MAG" in Tagalog Sentences

Study how the prefix "MAG" used in a Tagalog sentences.

TAGALOG SENTENCES	ENGLISH
Magsulat ka ng pangalan. Magsusulat ka ng pangalan.	Write a name. You will write a name.
Maglaba ka ng damit. Maglalaba ka ng damit.	Wash your clothes. You will wash your clothes.
Maglaro ka ng basketball. Maglalaro ka ng basketball.	You play basketball. You will play basketball.

"MAG" in Tagalog Questions.

Study the following sentence and questions with the prefix **"MAG"**.

Sentence	English	Question
Magsusulat ka ng pangalan.	You will write a name.	Magsusulat ka ba ng pangalan?

Sentence	English	Question
Maglaba ka ng damit.	Wash your clothes.	Maglaba ka ba ng damit?
Maglalaro ka ng basketball.	You will play basketball.	Maglalaro ka ba ng basketball?

Mag +verb

- asking someone to do something-imperative
- It usually expresses deliberate, purposeful actions or activities common in daily routines.
- can also mean a future action - magsasayaw
- can also mean a future action focusing on the event - magsasayawan

See also: The NAG/MAG verbs in the past, present and future tenses book.

Activities

Activity 1: Form a Tagalog sentence or questions with MAG verb. Use the pictures as your guide.

Pictures (root verb)	Tagalog Sentences/Questions
1. dasal (pray) 	
2. sayaw (dance) 	
3. salita (speak, talk) 	
4. dilig (watering plants) 	

Pictures (root verb)	Tagalog Sentences/Questions
5.tanim (plant) 	
6.lakad (walk) 	
7.dala (bring) 	
8.bukas (open) 	
9.hugas (wash) 	

Pictures (root verb)	Tagalog Sentences/Questions
10. Tapon (throw) 	

Activity 2: In each sentences and questions, find the word that begins with MAG and encircle it. Imagine the situation when you read the sentence.

1.Pagdating ni Nanay, magsasayaw kami.
2.Magtuturo ako ng bagong aralin.
3.Si Nanay ang magsasampay ng mga damit.
4.Magtitinda ako ng prutas sa pasko.
5.Maglalangoy siya sa malamig na tubig dagat.
6.Mahusay magpinta si Kevin.
7.Magtutulungan ang magkakapitbahay mapaganda ang lugar.
8.Magsipilyo ka muna ng ngipin.
9.Magsisimba kami sa Linggo.
10.Sa pasko magbibigay ang mga ninong ng regalo.

LESSON 8

THE PREFIX MAKA

LESSON: THE PREFIX "MAKA"

Anyone can be able to do something. It includes our skills, strength, powers, confidence and more that you need in doing something.
Prefix MAKA is the basic form and used with commands or imperatives. It is also used for reasoning.

MAKA + verb means to be able to do something.
MAKA + noun becomes an adjective.
It is important to remember that some Filipino words can either be a noun or a verb.

MAKA + root verb /noun

"MAKA"+ Verb in Tagalog Sentences

TAGALOG	ENGLISH
punta	go
kain	eat
tulog	sleep

TAGALOG SENTENCES	ENGLISH
Magbihis ka na para makapunta na sa party.	Get dressed to go to the party.
Linisin mo ang table para makakain na tayo.	Clean the table so we can eat.
Uminom ka ng milk at ng makatulog na.	Drink milk to sleep.

**Prefix MAKA that can be placed in front of nouns to become an adjective.*

TAGALOG	ENGLISH
makaDiyos	God fearing
makabayan	patriotic
makatao	one who cares for the welfare

"MAKA" in Tagalog Questions

Sentences	Questions
Magbihis ka na para makapunta na sa party.	ka na ba sa party kapag magbihis ka na?
Linisin mo ang table para makakain na tayo.	na ba tayo kung linisin mo ang table?
Uminom ka ng milk at ng makatulog na.	ka ba kapag uminom ka ng milk?

Write simple sentences using maka+adjectives and maka+nouns.

Activities

Activity 1: Complete the table by forming a new word with begins with prefix MAKA.

Root verb	English Translation	Prefix Maka + root verb
kita	see	1.
sali	join	2.
kanta	sing	3.
rinig	heard	4.
sulat	write	5.
nanay	mother	6.
tatay	father	7.
sampu	ten	8.
lola	grandmother	9.
kanin	rice	10.

Activity 2: Translate the following into English.

1.Dahil birthday mo bukas, makabili na ng bagong damit.
2.Tara na at ng makaligo na sa ilog.
3.Makasunod kaya sa atin si Mia.
4.Makabalik pa kaya tayo sa province.
5.Ang mga bata ay makakalikasan.
6.Matindi na ang sikat ng araw, makahuli pa kaya tayo ng isda.
7.Makasigaw pa kaya siya mamaya.
8.Makawalo na ng gabi tayo umalis.
9.Makabasa pa kaya si Lolo sa liit ng nakasulat.
10.Makatalon ng mataas sa New Year"s eve.

LESSON 9

THE PREFIX MAGKA

THE PREFIX "MAGKA"

The prefix magka- is used to form verbs that describe a state of having, getting, or coming to be. It often means "to have," "to get," "to become," or "to be in a certain condition or relationship."

<u>magka + root verb /noun</u>

"MAGKA" in Tagalog Sentences

Prefix magka	Root word	Tagalog Translation	English Translation
magka	pareho	magkapareho	the same
magka	tulad	magkatulad	like
magka	sabay	magkasabay	include
magka	gulo	magkagulo	mess up / to become mess

“MAGKA” in Tagalog Questions

Sentence	Question
Magkapareho ang kanilang sapatos. Their shoes are the same.	• Magkapareho ba ang kanilangg shoes? • Ang kanilang sapatos ba ay magkapareho?
Magkatulad sila ng umbrella. They have similar umbrellas.	• Magkatulad ba sila ng payong? • Sila ba ay magkatulad ng payong?
Magkasabay silang pumasok. They entered together.	• Magkasabay ba sila na pumasok? • Sila ba ay magkasabay na pumasok?

MAGKA

- Expresses possession, change of state, or a relationship between people or things.
- Often used when something comes into existence, appears, or happens to someone.
- Said by someone when wishing for something. - Wish ko magkababy.

Activities

Activity 1: Find the words that begin with a prefix magka from each sentences. Say the meaning.

1.Ang mag-asawa ay masayang magkasama sa pamamasyal.
2.Magkatugma ba ang araw at dilaw?
3.Ang dalawang bata ay magkatimbang sa bigat.
4.Dahil sa inis, ayan magkasalubong na ang kilay mo.
5.Magkalaro sila nung bata pa.
6.Ang hiling lang nila ay magkaanak kahit isa.
7.Magkamukha ang mag-ate.
8.Magkapatid sila sa ama.
9.Magkasalungat sila pagdating sa pagluto ng adobo.
10.Magkasunod silang dumating sa party.

Activity 2: Name the pictures and add it with the prefix magka to form a new word.

1. magka+

2.magka+

3.magka+ (friend)

4.magka+

5.magka+

LESSON 10

THE PREFIX I

LESSON: THE PREFIX "i"

The focus of the direct object of the verb is whether the object is the subject or the focus of the sentence. In other words, the subject is the object of the verb in the sentence. It answers the question "what?".

i + root word

"i" in Tagalog Translation

Prefix	Root word	Tagalog Translation	English Translation
i	abot	iabot	hand over
i	bigay	ibigay	give
i	sama	isama	include
i	pasa	ipasa	pass on

Prefix "i" in Tagalog Sentences and Questions

Sentences	Questions
Iabot mo ang pencil. Ang pencil ay iabot mo.	• Iabot mo ba ang pencil?
Ibigay mo ang bayad sa aking kapatid. Give the payment to my brother	• Ibigay mo ba ang bayad sa aking kapatid?
Ipasa mo ang bola sa akin. Pass the ball to me.	• Ipasa mo ba ang bola sa akin?

Prefix "i" in Tagalog Sentences and Questions

Translate it in Tagalog

KEEP IT!	
ASK IT	
DANCE IT	
SHOUT IT	

Write all the words you can come up in Tagalog using the i+root verb..

Activities

Activity 1:Find the words that begin with a prefix I from each sentences and say the meaning. Underline your answer.

1.Ibinili ni Samuel ng rose ang nanay.
2.Itago mo ang aking singsing.
3.Iluto ang adobo.
4.Ibili mo ng pasalubong si Lolo.
5.Iayos mo ang mgaa damit.
6.Bukas mo na isoli ang key.
7.Itayo mo ng maayos ang christmas tree.
8.Ang mga prutas ay ilagay na sa basket.
9.Itali mo nang mahigpit yan sa poste.
10.Maging maingat ka sa ibinigay sa iyo.

Activity 2: From the list of Tagalog words inside the box. Choose and write the correct Tagalog word that begins with prefix i and added by a root word.

itlog	ibuhos	ilagay	ibon	impok
ilapag	itapon	isda	ilog	isagot
ipatong	inagaw	ilipat	ilong	ibili
ibinigay	igawa	ipis	iluto	imahinasyon

1. ____________________
2. ____________________
3. ____________________
4. ____________________
5. ____________________
6. ____________________
7. ____________________
8. ____________________
9. ____________________
10. ____________________

Write your own sentences.

LESSON 11

THE PREFIX PAKI

LESSON: THE PREFIX “PAKI“

The Tagalog word "paki" is used to denote a request for a favor. It is also a prefix used when you want, request, order someone to do or something for you. It simply mean PLEASE!

- In using the word "paki" in a sentence, just put it in front of verb.

Translate these useful words you can hear often.

BIGAY	BIGAY	HAWAK
SAMA	TANONG	HAWAK
DALA	HATID	TAWAG
DAMPOT	SUNDO	ABOT

"PAKI" in Tagalog Translation

Prefix PAKI	Root word/ verb	Tagalog Translation	English Translation
PAKI	sulat	Pakisulat	Please write.
PAKI	kuha	Pakikuha	Please get.
PAKI	tawag	Pakitawag	Please call.
PAKI	tingin	Pakitngin	Please look.

Prefix "paki" in Tagalog Sentences.

1. Pakisulat ang pangalan mo.
    - Please write your name.
2. Pakikuha ng tubig.
    - Please get me a water.
3. Pakitawag ang nanay o?
    - Please call your mother.
4. Pakitingin ang oras.

    Please look the time.

Activities

Activity 1: Construct a Tagalog sentences using the word "paki". Use the following verb translation in Tagalog.

Verb	Tagalog Translation	Tagalog Sentence
1. wait	hintay	
2. bring	dala	
3. fix	ayos	
4. clean	linis	
5. remove	tanggal	
6.give	bigay	
7.copy	kopya	
8.wash	hugas	
9. closed	sara	

Verb	Tagalog Translation	Tagalog Sentence
10. wipe	punas	

Activity 2: Translate each picture in Tagalog. Use the word "paki" in front of verb.

1.________________

2.________________

3.________________

4.________________

5.________________

Activity 3: From the given sentences encircle the word that begins with prefix Paki.

1.Sabi ng nanay sa anak na pakisama sa dadalin ang umbrella.
2.Pakibili mo ko ng cheese sa grocery.
3.Pakisuyo naman na tawagin si Mr. Cruz.
4.Tomorrow, pakisama si Alma sa simbahan.
5.Pakitakpan ang pagkain ng di dapuan ng langaw.

LESSON 12

THE PREFIX PA

LESSON: THE PREFIX “PA“

Tagalog prefix PA is used to form a request or a favor. It is alaso a prefix to some root verbs that indicates that the action is about to be done.

PA + root verb

"PA" in Tagalog Translation

Prefix PA	Root word/ verb	Tagalog Translation	English Translation
PA	alis	Paalis	leave
PA	basa	Pabasa	read/please read
PA	tapos	Patapos	to end
PA	sabi	Pasabi	tell

Prefix "PA" in Tagalog Sentences.

1. Pasabi kay Mama, andito na ako.
    - Tell Mama, I'm here.
2. Patapos na ang concert ni Miley Cyruz.
    - Miley Cyruz's concert is coming to an end.
3. Pabasa ng kuwento.
    - Please read the story.
4. Paalis na ako.
    - I'm leaving.

Ask Genie something

Activities

Activity 1: From the article, find the 10 words that begin with prefix PA. encircle each

Ang kahirapan ay isa sa suliranin ng bansang Pilipinas. Ang mga pamilyang Pilipino na patuloy na nahihirapan upang iataguyod ang kanilang pamilya. Ilan sa mga dahilan ng padami ng padaming nakakaranas ng kahirapan, ay ang kawalan ng malinaw na pagplaplano at malabis na paggatos ay isa rin sa dahilan ng kahirapan dahil ang ibang tao ay padalos-dalos kung mag desisyon. Mayroong mga tao na mas inuuna ang kanilang kagustuhan kasya sa pangangailangan ng kanilang pamilya. Ang nararapat na pera na nakalaan para sa kanilang kakainin araw-araw ay kadalasang nauubos dahil ang iba ay hindi marunong humawak ng pera. Ang iba naman ay nagkaroon muna ng pamilya kaysa trabaho kung kaya't hindi sila malinawan kung saan kukuha ng pera na kanilang gagamitin sa pang araw-araw.

Mayroong mga nakakahanap ng trabaho ngunit hindi naman pangmatagalan marahil ay kulang lamang sila sa tiyaga at pag pupursigi ngunit isa rin sa dahilan ay ang pagkakaroon ng mababang antas ng edukasyon. Ang patuloy na pagbibisyo na siyang dagdag pabigat sa pasanin ng magulang sa kanilang pasaway na anak na palaging nagpapasakit sa kanilang ulo. Palaganap na ng palaganap ang ganitong suliranin ng kabataan. Kaya ang pamahalaan ay patuloy sa paabot ng serbisyong maaasahan na sa palagay nila ay makakatulong sa pag-paiwas sa bisyo ng mga nahuhumaling na kabataan.

Write words that you didn't understand

Activity 2: Look the following picture. Form a Tagalog words that begin with prefix PA.

		Tagalog-English Transalation	New word
1.		dala-something brought	
2.		uwi- going home	
3.		sayaw-dance	

	Tagalog-English Transalation	New word
4. 	labas out	
5. 	gawa-work, something made	
6. 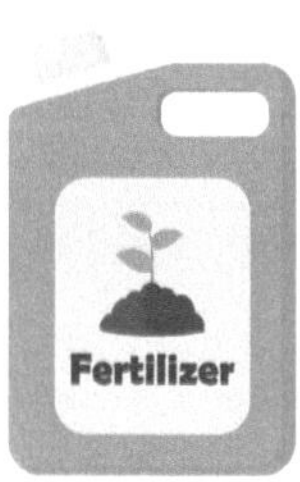	taba- fat	
7. 	punta - go	

	Tagalog-English Transalation	New word
8.. 	text	
9. 	kain-eat	
10. 	linis- clean	

LESSON 13

THE PREFIX PAGKA

LESSON: THE PREFIX “PAGKA”

The act of having done the action expressed by the root; or, the manner in which the action expressed by the root was performed

PAGKA +root word

"PAGKA" + root word in Tagalog Translation

Prefix PAGKA	Root word	Tagalog Translation	English Translation
PAGKA	bigo	Pagkabigo	failure
PAGKA	sabi	Pagkasabi	having said
PAGKA	ayos	Pagkaayos	having arranged
PAGKA	tao	Pagkatao	personality

Prefix "PAGKA" in Tagalog Sentences.

Tagalog Sentences	Tagalog Questions
1.Ang pagkabigo niya ay nakakalungkot. His failure sad.	Nakakalungkot ba ang pagakabigo mo?
2.Maganda ang pagkasabi mo. You said it well.	Maganda ba ang pagkasabi mo?

NOTE

- Focus: Often abstract or descriptive, not an action
- Can be combined with adjectives, nouns, or verbs to express a state, quality, or manner
- Often used in formal or written Tagalog
- Can also mean "after " "after you"

Matulog ka pagkatapos mong maligo.
-sleep after you take a shower.
Tumawag ka pagkatapos mong mag shopping.
-*call me after you go shopping*

Activities:

Activity 1: From the article, find the 10 words that begin with prefix PAGKA. Encircle each.

Ang mga Pilipino ay kilala sa kanilang katatagan at pagkatao, lalo na sa harap ng mga pagsubok at kalamidad. Sa kabila ng mga sakuna, tulad ng bagyo at lindol, hindi nawawala ang kanilang ngiti at pag-asa. Ang kanilang kakayahang bumangon mula sa mga trahedya ay kahanga-hanga at nagbibigay inspirasyon hindi lamang sa kanilang kapwa Pilipino kundi pati na rin sa ibang lahi.

Isa sa mga halimbawa ng kanilang pagkatao ay ang tinatawag na "bayanihan," kung saan nagtutulungan ang mga magkakapitbahay para sa ikabubuti ng kanilang komunidad. Makikita rin ito sa mga relief operations tuwing may kalamidad, kung saan sama-samang nag-aambag ang mga tao ng kanilang oras, lakas, at kahit na limitadong mga resources para matulungan ang mga nangangailangan. Ang kanilang pagkamaalalahanin, pagkamatulungin, at pagkabukas-palad ay mga katangian na bumubuo ng matibay na ugnayan sa kanilang komunidad.

Sa kabila ng kahirapan at iba pang problema ng bansa, ang mga Pilipino ay nananatiling matatag dahil sa kanilang malalim na pananampalataya at pagmamahal sa isa't isa. Ang kanilang positibong pananaw at malasakit sa kapwa ay nagsisilbing liwanag sa gitna ng dilim. Sa pamamagitan ng pagkaisa, napatutunayan nilang kaya nilang malampasan ang anumang hamon, at ito ang nagiging pundasyon ng isang mas maunlad na kinabukasan para sa lahat. Ang pagkaunawaan at pagkasundo sa bawat isa ay mahalaga upang mapanatili ang pagkaisa ng komunidad. Ang pagkaiba, pagkaintindihan, at pagkasama-sama ng bawat isa ay nagdadala ng pagkabuo at pagkabuklod na nagbibigay-daan sa pagkatuwang at pakapatiran sa kabila ng anumang pagsubok.

LESSON 14

THE PREFIX PALA

LESSON: THE PREFIX "PALA"

The prefix Pala" is not exactly a verb prefix like mag- or ma-. It is a particle (used in sentences) that expresses realization, surprise, or new information. Often translates to "so it turns out," "actually," or "as it turns out" in English.
.More often, PALA before the verb, means a habit of doing (verb). - palasigaw, palashopping..

- PALA +root word
- PALA - shovel (gardening tool.)

"PALA" in Tagalog Translation

Prefix PALA	Root word	Tagalog Translation	English Translation
PALA	inom	Palainom	habitual drinker

Prefix PALA	Root word	Tagalog Translation	English Translation
PALA	biro	Palabiro	funny/ someone who likes telling jokes
PALA	kain	Palakain	always eating
PALA	isip	Palaisip	always thinking

Prefix "PALA" in Tagalog Sentences.

Tagalog Sentences	Tagalog Questions
1.Si Mark ay palainom. Mark is a drinker.	Palainom ba si Mark? Si Mark ba ay palainom?
2.Siya ay palabiro. He is funny.	Palabiro ba siya? Siya ba ay palabiro?

Activities

Activity 1: Look the following picture. Form a Tagalog words that begin with prefix PALA.

		Tagalog-English Transalation	New word
1.		ngiti- smile	
2.		kaibigan- friend/ friendly	
3.		simba- church	
4.		basa-read	
5.		sagot- answer	

	Tagalog- English Transalation	New word
6. 	kanta-sing	
7. 	nood-watch	
8. 	sulat-write	
9. 	akyat-climb	
10. 	tinda-sell	

Activity 2: In each sentences, find and encircle the Tagalog word that begins with prefix pala.

1. Si Nanay ay palabigay sa kanyang anak.
2. Siya ay palaasa na lang sa magulang.
3. Si Ana ay palaiyak sa palabas na drama.
4. Masyadong palaaway si Andy.
5. Mahilig at palasayaw siya g tiktok.
6. Palasama siya sa bagong classsmate.
7. Ang babae ay mahilig sa palamuti.
8. Ang bata ay palabiro sa kalaro.
9. Mahilig at palakanta siya ng lullaby.
10. Hindi maganda ang palasagot sa magulang.

Describe Santa

Congratulations on completing the workbook on Tagalog Prefixes!

You've taken a fantastic step forward in mastering the language. To continue your journey, check out our other helpful eBooks, like "Verbs in Sentences and Questions" for practical application and "Syllabication for Pronunciation" to perfect your accent. Keep up the great work!

Copyright© 2025
Marie E. Arzaga Konkola
HEAC Skills Training
Language and Skills Courses

All rights reserved.
No part of this book may be reproduced, distributed, or transmitted in any form or by any means, including photocopying, recording, or other electronic or mechanical methods, without prior written permission from the author or publisher, except in the case of brief quotations.
The pieces of information in this book were obtained from the author's years of teaching experience, research, and insights from students, valuable people, mentors and colleagues. While every effort has been made to make this book as accurate as possible, the author disclaims any liability or risk as a direct or indirect consequence of the use of the contents of this book. For information requests, please contact the author.

heacphilippines@gmail.com

The Author

Marie is a creative Filipino language teacher, skills coach and entrepreneur. In the Philippines she completed a university degree in Sociology and a master's degree in Public Administration. She also holds a professional teaching certificate and completed her diploma in Early Childhood Education and Care in Finland.

Off from work and studies, she spends her time blogging, farming and beekeeping with her husband in the suburb of Turku, Finland`s old capital city.

Other self-help books from the author:

- How to Speak Tagalog in 10 Days
- The Tagalog Verbs in its Past, Present and Future Tenses
- 100 Tagalog Phrases: Often Heard and Used Phrases in Daily Communication

Alliza is an English Education student with a passion for effective education. She creates illustrations and workbooks for HEAC to help enhance learners' abilities and enjoy their learning experience.

@heacskills @heacskillstraining HEAC Skills Training

www.heacskillstraining.com

www.ingramcontent.com/pod-product-compliance
Ingram Content Group UK Ltd.
Pitfield, Milton Keynes, MK11 3LW, UK
UKHW040232290926
15471UKWH00002B/143

9 798232 745103